காலம் தந்த கானங்கள்

பதிப்பகம்

காலம் தந்த கானங்கள்

தலைமை தொகுப்பாளர்

சே.அ.பார்கவி

தொகுப்பாளர்

க. வளர்மதி

காலம் தந்த கானங்கள்

அவனியில் உள்ள ஒவ்வொரு அணுவும்

காலத்தின் பாதையிலேயே பயணிக்கின்றன

அக்காலத்தின் அருமையை உணர்ந்தவர்களே

சாதனையாளர்கள்

அக்கால தேவதை தந்த பரிசுகளே

இக்கானங்கள் (இக்கவிதைகள்)

தலைமை தொகுப்பாளர்

இவள் திருமதி.பார்கவி சிவபிரகாஷ், மஞ்சள் மாநகரமான ஈரோட்டை சேர்ந்தவள். இவள் புனைப்பெயர் "கவியின் கவிதை". கணிதவியல் முதுகலை பட்டம் முடித்தவள். இன்று தன் கனவுகளை முழு மனதோடு ஆர்வமாய் பின் தொடர்கிறாள்.

தனது இன்ஸ்டாகிராம் பக்கத்தில் (*@kaviyinkavithai*) ஏறத்தாழ *2500*க்கும் மேற்பட்ட குறுங்கவிதைகள், நீள்கவிதைகள் பல புனைந்துள்ளார். *Spectrum of thoughts*ல் இணை எழுத்தாளராகவும், தன் முதல் கவிதை திரட்டான *"Enticement of fondness/*காதலின் தாகங்கள்*"* தொகுத்துள்ளார். இப்பொழுது *Poetry World Organisation*ல் தலைமை தொகுப்பாளராய் பல கவிதை திரட்டினை வழங்கி வருகிறார்

தொகுப்பாளர்

திருநெல்வேலி மாவட்டத்தைச் சேர்ந்த கல்லிடைக்குறிச்சி என்னும் ஒரு ஊரில் பிறந்த வளர்மதி, தற்போது பாபநாசத்தில் உள்ள திருவள்ளுவர் கலை மற்றும் அறிவியல் கல்லூரியில் இளங்கலை தமிழ்த்துறை இரண்டாம் ஆண்டு பயின்று வருகிறாள்.

தமிழின் மீது மிகுந்த ஆர்வம் மிக்கவள்.

சம்யுக்தா என்ற புனைப்பெயரில் சில தொகுப்பு நூற்களில் தன்னுடைய கவிதைகளை சமர்ப்பித்துள்ளார்.

பன்னிரண்டாம் நூற்றாண்டில் வாழ்ந்த கன்னோசி பகுதியை ஆட்சி புரிந்த மன்னனான செயச்சந்திர ரத்தோரின் மகள் ராணி சம்யுக்தாவின் வரலாற்று கதையில் சம்யுக்தா கதாபாத்திரம் இவளை ஈர்த்த கதாபாத்திரம். ஆதலால் தன்னுடைய புனைப் பெயரை சம்யுக்தா என்று சூட்டிக்கொண்டாள்.

உள்ளடக்கம்

காலத்தின் கீதங்கள்

அவ்வப்போது வந்து செல்லும்
பற்பல உறவின்வழி
மனதை மெய்மறக்கச்
செய்து விடுகிறது சில காலம்...

நாம் தேடும் ஓர் அன்பை
வானவில்லாய் காட்டி
திடீரென மறையும்
ஓர் அதிசய காலமும் உண்டு...

காயங்களை தோண்டி
மேலும் பல ரணங்களை
எனக்குள் விதைத்து
ஒய்யாரமாய் வேடிக்கை
பார்க்கும் சில காலம்
கடந்தும் வந்தாயிற்று

ஆயினும் இவை யாவும்
அவ்வப்போது தங்கள்
பொழுதுபோக்கிற்காய்
மனதொடு விளையாடும்
வேடந்தாங்கல் பறவைகள்
வாழும் காலமே...

கவியின் கவிதை

ஒரு கோதையின் குமுறல்

என் கற்பனையைக் கண்ட கனவும் சொல்லும்..

என் காதலைக் கண்ட மனமும் சொல்லும்..

என் கிறுக்கலைக் கண்ட காகிதமும் சொல்லும்..

என் கீதத்தைக் கண்ட இதயமும் சொல்லும்...

என் குமுறலைக் கண்ட தனிமையும் சொல்லும்..

என் கூவலைக் கண்ட தலையணையும் சொல்லும்..

என் கெஞ்சலைக் கண்ட இரவும் சொல்லும்..

என் கேள்வியைக் கண்ட துறவும் சொல்லும்..

என் கொஞ்சலைக் கண்ட மலரும் சொல்லும்..

என் கோபத்தைக் கண்ட இடரும் சொல்லும்..

என் கைவசம் இருக்கும் நினைவும் சொல்லும்..

என் கௌரவம் படைக்கும் நடையும் சொல்லும்..

கவலையின் உச்சியிலிருக்கும்-இந்த
காரிகையின் காதலை
இக்காலம் தந்த பல கானங்கள் சொல்லும்..

சம்யுக்தா

அச்சமில்லை மனமே

அச்சம் தவிர்ப்பாய் மனிதா!!!!
உன் லட்சியம் தொடவே எழடா...
முட்கள் நிறைந்த உலகில்
முன்னேற நீயும் வாடா!!!
அச்சம் வெறும் பயமே உன்
அன்பில் அனைத்தும் ஜெயமே
யுத்தம் துணிவாய் "மனமே"

நித்தம் அனைத்தும் உமதே!!!!
விழுந்தால் எழ பழகிக் கொள்
வீரனாய் வாழ வீறுகொண்டு ஓடு!!!
பின்னால் வருவது நால்வர் அல்ல.....
"நான்கு லட்சம்" என்பதை மனதில் கொள்....

விழிகளில் கண்ணீர் ஆறாய்ப் பெருக...
மனதில் தன்னம்பிக்கையை விதைத்திடு!!!!
ஆகாய நிலவில்...ஆதவன் வழியில்
ஆசைகள் கொள்ள "அச்சம் வேண்டாம்"மனமே

போராடும் உலகில் போட்டிகளின் வழியில்
வெற்றி கொள் மனமே!!!!

வெ. மதன் மித்ரா

அந்த நாளும் வந்திடாதோ?

உலகிற்கு உயிர் கொடுக்கும் உழவர்
உயர்ந்த நிலையை அடையும் நாளும் வந்திடாதோ?
உழைப்பாளிகள் எல்லாம் முதலாளிகளாக
உருமாறி ஓங்கும் நாளும் வந்திடாதோ?
குடிசைகள் எல்லாம் குறைந்து மறைந்து
நல்ல வசிப்பிடமாகும் நாளும் வந்திடாதோ?
நோய்கள் எல்லாம் நொடிந்து ஓய்ந்து
உடல்நலம் ஓங்கிடும் நாளும் வந்திடாதோ?
கல்வியில் ஏற்றத்தாழ்வு அறவே களைந்து
எறியப்படும் நாளும் வந்திடாதோ?
தொழில்நுட்பம் நன்மைக்கு மட்டுமே
பயன் அளித்திடும் நாளும் வந்திடாதோ?
மூடநம்பிக்கை முடங்கி நம்பிக்கையே
மூலதனமாய் மாறும் நாளும் வந்திடாதோ?
ஆதரவற்றோர் இல்லங்கள் அற்றுப்போய்
அன்புச் சமூகம் திகழும் நாளும் வந்திடாதோ?
பணத்தை மட்டுமே தேடி அலையாது நல்
மனித நேயம் மலரும் நாளும் வந்திடாதோ?
சேவை செய்வது நமது கடமை என
உணர்ந்து வாழும் நாளும் வந்திடாதோ?

மாணிக்கவள்ளி

அலைகள் ஓய்வதில்லை

உலர்ந்த போன என் நெஞ்சில்

உன் உதடுகள் பட்ட காயம் ஆறவில்லை!

உறைந்த போன என் இரவில்

உலா போக நீயும் இல்லை!

கள்ள என் மனமோ எங்கோ காணவில்லை!

காற்றில் கலந்தாடும் உன் நினைவுகளும்

கையில் பிடிபடவில்லை! – கரைந்து போகிற

உயிரும் கண்ணில் தென்படவில்லை!

வார்த்தை சொல்லி வாழ்த்து

சொல்லவா? வாசலின் ஓரம் நின்று

வணங்கி செல்லவா? தெரியவில்லை!

எது காதல் எங்கே என்னவள்

ஏன் இந்த மனமாற்றம் புரியவில்லை!

தள்ளாடும் கால்கள் தளர்ந்து போன நெஞ்சம்

தயங்குகிற உடலும் அனுபவமில்லை!

அணைபோடும் விழிகள்

ஆறுதல் சொல்ல யாருமில்லை!

காத்திருப்புக்கு இனி அர்த்தமில்லை!

காலங்கள் கடந்து போன என்

காதலில் உன் சுவடுகள் என்றும்

மறைவதில்லை!

சாமிதுரை

அவள்

என் மொத்த காதலின்

கவி வரையறை - அவள்

மிச்ச மீதிய சிந்தனையில்

அரும்பாக மலர்ந்த் - அவள்

ஆயிரம் அல்லிகள் அரங்கேறும்

மன்றத்தின் அரசி - அவள்

இதழ்பட்ட இடம் எல்லாம்

பிரபஞ்சத்தின் அதிசயம் - அவள்

இடையின் நெளிவில் நிலவு

குடியேற அந்தியிலும் வெளிச்சம்

கண்ணிமையில் காதல் தோகைவிரிக்கக

இதமானமழையால் இதயத்தில் ஈரம் - அவள்

வர்ணிப்பை கண்டு வாயடைத்த வார்த்தை

கவியாகி அவளை பேரழகு செய்தது

ஆகாஷ்

அவள்

தேங்கி கிடக்கும் ஆசையை;

தட்டி எழுப்பும் ஓசையே!

வியந்து பார்க்கும் நேரத்தில்;

விண்ணைப் பிளக்கும் கீதத்தில்!

எட்டி குதித்து வானத்தில்;

எந்தன் இதயத் தோட்டத்தில்!

மின்னலென என்னுள் இறங்கினாள்;

மனதை கொய்ய வருகிறாள்;

இதயம் திருடிச் செல்கிறாள்!

என் தேவதை அவள்!

இனிய கார்மேக பூங்குழல் அவள்!

அதனினும் அழகு கார்மேகம் வந்திறங்கிய அவள் கூந்தல்.

மொட்டு விரிந்த மலர் அவள்!

உருகாத தங்கம்; அவள் அங்கம்.

தாளத்தில் சேர்ந்திடாத இசை அவள்.

மேகம் மறைக்கும் நிலவு அவள்!

நினையத் தூண்டிடும் மழை அவள்!

அவள் அழகைக் கூறிட மொழிகள் இல்லை!

அவளை மீறி வார்த்தைகளும் இல்லை!

சௌமியா

இதய ராணி

உன்னை விட்டு செல்லும் எண்ணமும் இல்லை

நான் எண்ணியதும் இல்லை...

தள்ளி சென்றதும் விலகவும் இல்லை..

விலக நினைக்கவும் இல்லை...

நீ துடிக்க உயிர் துடிக்கிறது – என் இரவுகளை

பகலாக்கி நெஞ்சை உருக்கி பிழிகிறது

மீண்டும் உன் மீது காதலை..

உந்தன் சின்ன சின்ன அசைவுகளை கேள்வியாக்கி

என்னை குழப்பி குளிர்கிறது அறிவில்லா எந்தன் மூளை...

நீ என்னை முறைத்தாலும் அடித்தாலும் அடுத்த கணம்

உனக்கு காயம்பட்டதா என கேட்ட உன்னை எண்ணி

வதைக்கும் என் உள்ளம்..

எந்தன் நொடிகளை நாட்களாய் கடக்கும் வேதனையிலும்

அவள் உறக்கிவிட்டாளா என கேள்வி நடு இரவில்

என்னை கேட்கிறது - நானே தூக்கம் தொலைத்து

நாட்களை கடந்ததை மறந்து...

மீண்டும் மீண்டும் பேசுவதற்கு மனம் துடிக்கிறது அவளிடம்...

ஏனோ எந்தன் மனதின் ராணி ஆகி விட்டாய்..

இப்போது ஏன் என் இதயக்கோட்டையை அடைத்து சென்றாய்..

முகம்மது மசூது

எந்திரு நாடு

வேற்றுமையில் ஒற்றுமை கண்ட எம்பாரதம்!

முத்திக்கும் கடற்சூழ அமைந்த எம்பாரதம் !

இமயம் முதல் குமரி வரை

பரந்து விரிந்த எம் பாரதம் !

ஐவகை நிலங்களையும் ஒருங்கே பெற்ற எம்பாரதம்!

வற்றாத ஜீவநதிகளையும் வளமான காடுகளையும்

உள்ளடக்கிய எம் பாரதம்!

புலியையும் யானையும் ஒருங்கே பெற்ற ஒரே பாரதம்!

அதிகாரப்பூர்வமாக ஓர் உலக அதிசயத்தையும்

ஆதாரபூர்வமாக பல உலக அதிசயத்தையும்

கொண்ட எம் பாரதம் !!

கணித தொடக்கமான சுழியத்தை

கண்டறிந்த எம் பாரதம்!

சதுரங்கத்தை உலகிற்கு சொல்லிக்கொடுத்த எம்பாரதம் !

அறுவை மருத்துவத்தை அறிமுகப்படுத்திய எம்பாரதம் !

உன்னைப் போற்றிட இரேழு வரிகள் போதுமோ?

உன்னைப் பாடிட இரேழு ஜென்மம் போதுமோ?

பெருமை கொள்கிறேன் நானும் ஓர்

இந்தியனாக!

அருள் ராமலெச்ஷ்மி

எந்தை

ஒரு நாளும் நல்ல துகில் உடுத்தமாட்டார்!

இருசட்டை, கிழிந்த கைலியுடன்

எனக்கு சுடுசோறிட்டு பழையச் சோறு உண்பார்!

உடம்பு சரியில்லையேல் ஒருநாளும் மருந்துவமனை செல்லார்

காசு ஆகுமே!

அதை வைத்து எனது விருப்பத்தை நிறைவேற்றுவார்

வீட்டிற்க்கு உழைத்து வேர்வையிலே குளித்து

எனது ஆசையை நிறவேற்ற ஏழு

கண்டத்தையும் கூட தாண்டுவார்!

எனக்காக முத்தெடுக்க பெருங்கடல்களிலும் சென்று தேடுவார்!

எனது முதல் தோழனான எந்தையே!

எனக்காக வாழ்வையே அர்பணிக்கும்

உங்களுக்காக என்ன செய்வேனோ?

உங்களது அன்பு காப்பியமோ

உயர்ந்ததாக கூறப்படும் கண்ணகியின்

கற்பைவிட புனிதமானது!.

துர்காஜெயசமுத்திரம்

என் ஆசிரியர்

குண நலன்களில் குன்றாத குணசீலர்!
குன்றிமணி அளவும் குறை கூறாதவர்!
தவறைத் தண்டனையால் திருத்தாமல்!
தகுந்தமுறையில் தீர்விட்ட தகைமையர்
எழுத்தின் வடிவில் எண்ணங்களை
எளிதிலறிந்து ஏணியான ஏற்றமிக்கவர்
தலையெழுத்தை மாற்ற கையெழுத்தை
மாற்றும் கலையில் கைத்தேர்ந்தவர்!
தனித் திறமைகளையறிந்து தகுந்த
தகுதிகளைத் தரணிபோற்ற செய்தவர்!
மாணவரின் திறமை மதிப்பெண்ணன்று
மகத்தான செயலென்று உணர்ந்தவர்!
கற்றல்-கற்பித்தல் செயலையெல்லாம்
கடந்து காலத்தைக் காட்டிய கடவுள்!
காலத்தை வென்ற காலக்கணிதர்!

இராஜலெட்சுமி

என்னவனே

உறைந்து போன உன் கண்களில்

கண்ணா நான் உறைவிடம் கொள்ள வேண்டும்!

சற்றும் ஓய்வில்லாமல் என் மன்னா

என் மடியில் உந்தன் சிரம் வேண்டும்!

உனக்கென்று வாய்மொழி பாடல் ஒன்று

நான் பாட நித்தம் நீ உறங்கிட வேண்டும்!

என்னை மறந்து உன்னை நினைத்தவாறே

நான் உன்மேல் விழுந்து உறங்கிட வேண்டும்!

நடுசாமத்தில் கண்விழித்து புது யுத்தம்

நீ தொடங்கிட மௌனத்தில் முணுங்கள் வேண்டும்!

சற்று ஓய்ந்து பல ஊர்க்கதைகள் கதைத்திட வேண்டும்!

அந்த இரவு நீள இடைவிடாத

உன் வாசம் என்னில் வேண்டும்!

என்னவனே வரம் தருவாயா?

இந்த கருப்பு வண்ணச் சொர்க்கத்திற்கு!

அனுசுயா

என்னவள்

இளமை மாறாத என் விழியே

இதம் குறையாக எந்தன் சகியே

மழலை மாறாத உன் முத்து குரல்

தினம் என் மனதை வருடிச் செல்கிறது...

சாயல் மாறாத உன் சந்தன தேகம்

பல சரித்திரங்களை புரட்டி சொல்கிறது....

மண் பட உன் பொற்பாதம்

பலர் மனதை மயங்கச் செய்கிறது......

முகம் மலரும் உன் முத்து சிரிப்பழகில்

மெய்மறக்கும் மேதைகள் பல..

அழகின் அரியாசனமே - என்னை

ஆட்கொண்ட சிம்மாசனமே

சிறந்தவள் நீதான் என்பதை

சிந்திப்பதில் சிலிர்க்கிறது என் தேகம்...

இரா. பிரபாகரன்

எழில் மிகு என்னவள்

அவள் மேனியில் விழுந்த

ஒளியும் சருக்கி விளையாடும்

பவள இடை

தென்றல் தொட்ட கன்னங்கள்

என் உதட்டிற்கு தேன் கின்னங்கள்

முத்தமிட்டு நான் உண்ண

தூரிகை கொண்டு உன்னை ஓவியம் தீட்ட

காரிகையே நான் என்ன பேதையோ

வண்ணசாயங்கள் உன் மேனி தொட

வரிகளுக்குள் உன்னை அடக்க காதல் வரி கேட்கிறேன்

கண்ணீர் சிந்தும் கண்கள் கவி சிந்துதே உன்னால்

கவிதை ஆண்பால் எனின் இன்றுடன் நிறுத்துகிறேன் உன்னை

வர்ணிக்க

பட்டுடுத்திய பட்டாம்பூச்சியே

அனுஷ் கௌடில்யா

ஏன் பிரிந்தாய்?

கால் பதித்த கரை சொல்லும்,

கரை நனைத்த கடலும் சொல்லும்,

கண் அயர்ந்தால் கனவு சொல்லும்,

இமை மூடினால் இரவும் சொல்லும்,

இதழ் பதித்த இடம் சொல்லும்,

இடை தொட்ட கரமும் சொல்லும்,

இச்சை தீர்த்த இன்பம் சொல்லும்,

இவளின் மாய பிம்பம் சொல்லும்,

இத்தனையும் சொல்லியும்

இவள் நினைவு எட்டவில்லையடா உனக்கு….!

மாய விழி கொண்டு மயக்கிய மாபாதகனே !!!

மங்கை இவள் மயக்கம் தீர,

மார்பில் அணைத்து மருந்து தருவாயோ,

ஆறாத காயம் தருவாயோ,

மாறாத மாற்றம் தருவாயோ…

மாறாக மரணம் தருவாயோ…

யாதொன்று தந்தாலும் - யான்

என்றும் உனை பிரியேன்…

யாதுமாகி நின்றவனே - நீ

என்னை ஏன் பிரிந்தாய் !!! சொல் ???

சி. சீதலாதேவி

கண்மணியே

திக்கி திக்கி தீண்டிய நாட்கள்
இன்று ஏனோ தித்திக்கும் நினைவுகளாய்
உதட்டோரம் சிறு புன்னகை
உதிர்த்து போகும் மாயமென்ன கண்மணியே...!
வீதியிலே யாரும் அறியாவண்ணம்
விரலோடு விரலாய் ஏற்பட்ட மோதல்கள்
வீதியிலே கலந்து போன மாயமென்ன கண்மணியே...!
ஆதவன் பொழுதினில் உன்னுடனிருந்து
சந்திரன் பொழுதினில் உன் இசையோடு இணைந்து
கைபேசி திரையில் உன் சித்திரம் பதிந்த பொழுதுகள்
மாயமாய் போனதென்ன கண்மணியே...!
கண்ணோடு கண் பேசி வாய்மொழியாய்
புது அத்தியாயம் துவங்கி
நெஞ்சோடு கலந்துரைத்து பின்
பிரிந்து போன மாயமென்ன கண்மணியே...!

சாம்சிபி

கதகதப்பில் அவள்

அழகிய காலை அடாது மழை

அங்கேயும் உன் முகம்

சாரல் மழையும் சொல்கிறது

நான் சந்தித்த இடங்களையும்

நீ சந்திக்க வேண்டும் என...

உன் ஆடை தொட்ட சுதந்திரத்தை

நான் தொட வேண்டும்..

அந்நேரம் செங்கனிகளை

நான் சிறை எடுக்க வேண்டும்..

செல்ல முத்தங்கள் நான்

தர வேண்டும்..

உன் பொன்இதழிலிலும்

நான் பூவாக சாய வேண்டும்..

மழழையாக உன்

மடி சாய வேண்டும்..

கடும் குளிரும் உன்னிடம்

கட்டுப்பாடை இழக்க சொல்கிறது..

இளையோன் முத்து

கல்லூரி சாலை

கல்லூரி சாலை-அது

இளம் மனங்கள் சங்கமிக்கும் அற்புத சோலை

எண்ணிலடங்கா கனவுகள் கற்பனைகளை சுமந்து

பல இதயங்களோடு இணைந்து நட்புகளை பகிர்ந்து

மெய்யான அன்பை உணர்ந்து

தமது ஒரு பொறுப்புகளை அறிந்து

வளமான கல்வியோடு வாழ்க்கை கல்வியையும்

கற்று உணர்ந்து

இதுதான் உலக நடைமுறை என தெளிந்து

உறவாக,உணர்வாக, உண்மையாக ,உதவியாக,

உறுதுணையாக பல இருக்கும் இடம் தான் கல்லூரி

இதை உணர்ந்து நாம் உயர்வோம்

உலகை உயர்த்துவோம் வாரீர் வாரீர்

அன்புத் தோழர்களே, தோழிகளே...

ஹேம தர்ஷினி

கள்வனின் காதலி

அவன் பிறந்தவுடன்

தமிழ் அகராதியில்

அவசரமாக சேர்க்கப்பட்ட

வார்த்தை தான் - அழகு !

என் தூக்கத்தை தூங்க வைத்துவிட்டு

விழித்திரையில்

உன் நிழற்படங்களை

நிஜப்படங்களாய் பார்த்துக்கொண்டு..

நிழல்கள் தொடராத இரவில்..

உன்னோடு சேர்ந்து வாழ்கிறேன் கனவில்..

உன்னோடு இல்லை என்றாலும்..

உன் நினைவுகளோடாவது....

தினம் தினம்.. அதிசயங்கள் நிகழ்வதில்லை !!..

நீ நிகழ்த்தி காட்டுகின்றாய்..

மழை போல ஒவ்வொரு நாளும்!!.

இசக்கி நாச்சியார்

காதலின் நினைவு

நீ தந்து சென்ற விதையை வளர்த்தேன்...

அது காதல் என்ற ஆலமரமாய் வளர்ந்ததே...

இப்பூமியில் நீ வாழ்ந்த வரை

என் மன அறையின் மனைவி நீ..

இப்பூமி விட்டு சென்ற பின்

என் மனதை வென்ற இறைவி நீ...

அமாவாசையாக இருந்த என் இரவை

பௌர்ணமி ஆக்கிய பிறை நீ...

கனவினில் நீ எதிர்பட..

காதலுடன் நான் துடித்திட...

தினம் ஒரு நாடகம்..

நீ தந்து சென்ற ஞாபகங்கள்

விருட்சமாய் வளர்ந்து நிற்குதடி...

அவ்விருட்சத்தை விதைத்த நீயோ

இப்பூமி விட்டு சென்றவுடன்

என் மனமோ தவிக்குதடி...

அணைக்க நீ வருவாயென

அடுத்த கனவிற்கு ஆவலுடன் காத்திருக்கிறேன்..

-சந்தோஷ்

காதலின் பிரிவு

மனதை பார்த்து

வந்த காதல்

மனசாட்சியை கொன்று

விட்டு போனது ஏனோ?

விரும்பிய மனதை

விரோதி என

சொல்லி விட்டு

போனது ஏனோ?

கண்கள் பார்த்து

வந்த காதல் பிரியும் போது

காரணம் சொல்லாமல்

போனது ஏனோ?

பிரிதலுக்கும் புரிதலுக்கும்

இடையில் என்னை

தவிக்க விட்டு

போனது ஏனோ?

விரும்பி சென்ற

மனதிற்கோ விடை

தெரியாமல்

போனது ஏனோ?

விஜய் கண்ணயராஜ்

காதலில் விழுந்தேன்

அன்பே உன் விழிகள் திறக்கையில்

எனக்கு விடியல் பிறக்குதடா..

ஆருயிரே உன் கரங்கள் பிடிக்கையில்

எனக்கு கவலைகள் மறக்குதடா...

இனியவனே உன் புஜங்களில் சாய்கையில்

எனக்கு நிஜங்கள் மறக்குதடா..

ஈசனாய் நீ அருள் புரிகையில்

எனக்கு இருள் விலகுதடா..

உலகமாய் உன் உறவு இருக்கையில்

எனக்கு வேறு உறவு தேவையில்லையடா..

ஊமையாய் உன் விழிகள் பேசுகையில்

எனக்கு வேறு மொழிகள் தேவையில்லையடா.

என்னவனே உன் பாதங்கள் நடக்கையில்

எனக்குள் பல நாதங்கள் பிறக்குதடா...

ஏகாந்தமாய் உன் வாசங்கள் வீசுகையில்

எனக்கு பல நாசங்கள் விளங்குதடா..

.

-உத்ரா

காதல் கனிவு

மழலைக் குழந்தை போல்

எந்தன் இதயம்

தினம் தினம் ஏனோ

உன்னைத் தேடுதே ...!

நிலா சோறு உண்டாலும்

பசி தீராதோ..

என்னைக் கொல்லும்

உன் பார்வை பசி தீர்க்குமே...!

கைகள் எட்டும் தூரத்தில் நீ இருந்தும்

உன்னை தொட ஏனோ இயலவில்லை ..

எந்தன் இதயத்தின்

உள்ளே கைகள் செல்லுமோ ..

இதையொன்றை சொல்லி உந்தன் காதல்

வெல்லுமோ ...?

இரவிரவாய் நானும்

கழித்து வந்தேன்

நிலவே நீயும் எங்கு உள்ளாய்...?

இன்னும் கூட பல இரவு

நானும் கழிப்பேன்

நிலவே நீயும் வருவாயென்றால்...!

கா. சத்திய ஸ்ரீனிவாசன்

காதல் சொல்ல வந்தேன்

கண்கள் இரண்டும் காதல் செய்ய

நெஞ்சுள் ஏதோ ஆகிறதே

கரையை தீண்டும் அலையைப் போல

உந்தன் நினைவென்னை தீண்டுதே....

உலகம் சுற்றும் வாலிபன் என்னை

உன்னை சுற்ற வைத்தாயே

எந்தன் காதல் நீ தானே

உன் மடியில் சாய வந்தேனே...

உதட்டில் சுழிப்பு முகத்தில் முறைப்பு

என்னை அதட்ட, எப்போது நீ

உள்ளம் இணைத்து உதட்டை சுவைத்து

காதலை சொல்வாய் இதயத்திலே...

கடலைச் சேரும் நதியைப் போல

உன்னை சேரத் துடித்தேனே

உன் அழகில் மயங்கி போதை நிரம்பி

கவிதை பலவண்ணம் வடித்தேனே....

மூ. ஹரிஹரன்

காரணமுண்டோ?

காருகபத்தியமாய் கதிர்விடும் என்
கண்கள் உறங்கவொரு காரணமுண்டோ?
பூம்புகார் நகரப்புதுமைகள் வியக்கும்
பூரண ஞானம் உறங்கிடும் நிலையில்...
நல்லன யாதும் நலம் கெட்டொழிய – சில
நாரத செயல்கள் நலம் காணும் போது...
பாரின் மீதிலே நேர்மையர் சாக – மேதகு
தீயோர் மென்மேலும் வளர்கையில்...
ஊட்டமின்றியும் உழைத்திடும் உழுபவனை
ஊதிப்புறம் தள்ளி ஊதியம் மறுத்து....
இத்தனையும் சாந்தமாய் உறங்கிடும் உலகில் – என்
கண்கள் உறங்கவொரு காரணமுண்டோ?

போர்க்களத்துப்பூ

காலம் தந்த கானங்கள்...

கண்ணீரில் புரையோடிய

கணங்களின் கறையில்...

உன்னை நினைத்து உருகிய மனது!...

இதழின் அசைவில் பொதிந்திருந்த

பொய்களின் ஊடே...

குழலில் உறைந்திருந்த உண்மைகள்!...

எத்துணை வலியினையும்

தாங்கும் நெஞ்சத்தின் ஆழத்தில்...

உன்னால் புதைந்திருந்த வடுக்கள்!...

வினவ மனமிருந்தும் சலனமற்று கிடந்த...

சருகான வார்த்தைகள்!...

உடலிருந்தும் உணர்வற்றுப் போன...

உயிரின் ஓசைகள்!...

எழ மனமிருந்தும்...

எழமுடியா உள்ளத்தின் வலிகள்!...

அத்தனைக்கும் மருந்தானது!!!....

இயற்கை தந்த காலம்!!!!

சங்கீதா நாகு

காலம் தந்த கானங்கள்

அவளின் அழகான விவாதம்

அவளின் அழகான பாசம்

அவளின் அழகான கோபம்

அவளின் அழகான நட்பு

அவளின் அழகான புன்னகை

அவளின் அழகான செயல்

அவளின் அழகான சத்தம்

அவளின் அழகான நடை

அவளின் அழகான நம்பிக்கை

அவளின் அழகான புத்துணர்ச்சி

அவளின் அழகான சிந்தனை

அவளின் அழகான மனம்

அவளின் அழகான குழந்தை தனம்

இவை நான் பழகிய தோழியிடம்

எனக்கு எனக்கு கிடைத்த நினைவுகளே

காலம் தந்த கானங்கள்...

பா. ஹரிஷ்

கேள்வி-பதில்...!

குழ லோசையில் திளைத்ததுண்டு

குயிலின் இசையில் மெய்மறந்ததுண்டு

வறுமையின் குரல் காதில் விழுந்ததில்லை

நான் என்ன செவிடனா?

வாய் வார்த்தைகளால் விளையாடுவதுண்டு

சொல்லின் செல்வனாய் பெயர் வாங்கியதுண்டு

அநீதியை எதிர்த்து வாய் திறந்ததில்லை

நான் என்ன ஊமையா?

இயற்கை எழிலை பார்வையால் பருகியதுண்டு

ரவி வர்மனின் கலையை இமைக்காமல் ரசித்ததுண்டு

கண்ணால் கண்ட சாட்சியாக நின்றதில்லை

நான் என்ன குருடனா?

கேள்விகள் பல வாயினும்

பதில் ஒன்று தான்

நான் சராசரி மனிதன்...!

கவி அமிழ்தா

சகுனியின் காதல்

இருமணம் இணைந்து புரிந்து

சுக துக்கங்களை பகிர்ந்து,

அவளின் நிழலாய் அவளை பின்தொடர்ந்து,

மகிழ்ச்சியில் தத்தளிக்க செய்த காதலன்;

கரம்பிடித்தபின்,ஆசையும் மோகமுமே வஞ்சகனை

வருடாந்திரமாக வழிநடத்தியது என தெரிந்தாள்;

மாய உலகுக்கும்,

நிஜ உலகிற்கும் வேற்றுமை அறிந்தாள்;

காதலித்தவனை துயர்கொண்டு கரம்பிடித்தாள்,

துயரம் துரத்துகிறதோ அவளை;

தட்சணை தேவையில்லை என் தாரகைபோதும் என

முன்மொழிந்தவன்,

தாய் வீட்டில் தானம் ஈட்டி வா

என கௌரவ பிச்சை கேட்கிறான்;

காமத்தின் பரிசால் ஈன்ற குழந்தையை,

மன்னவனுடன் மல்லுக்கட்டியும், மன்றாடியும்

வளர்த்து வந்தாள்..

அளவில்லா அன்புடையவள் என்பதால்,

ஈன்ற குழந்தையை உறங்கவிட்டு,

இவள் நிரந்தரமாய் உறங்கிபோனாள்.

-விநாயகன்

சமூக கோலங்கள்

காக்கை குருவி எங்கள் ஜாதி
என்று கூறிய நாம்
ஜனித்த மழலை கருமையாக இருந்தால்
தன் போக்கை மாற்றி
வேதனை கொள்வது ஏன்?
திருமண விழாவில் சுவரொட்டியை கண்டவுடனே
மணமக்கள் எவரேனும் கருமையாக இருந்தால்
நம் விழி அடடே!! எனஆச்சரியம்
கொள்வது ஏன்?
திறன்பேசி பயன்படுத்த வேண்டாம்
எனக் கூறும் இதேச் சமூகம்தான்
புறத்தில் விளையாடச் சென்றால்
பகலவன் கதிரில் கருத்து விடுவோம்
என்று அச்சம் கொள்கிறது..
ஒரெழுத்து ஒரு மொழி பேசும் நாம்
நிறம் மட்டும் இருவேராக பிரிக்கப்படுவது ஏன்?
வேற்று நாட்டில் நிறப்பாகுபாடுக்கு
நேரடியாக போராடி – அந்நாட்டின் மக்கள்
மனதிலும் வென்றனர் - ஆனால் ஏனோ
இங்கு புறத்தில் கருமை என்றால் அழகு
ஆனால் அகத்தில் அதைக் கண்டு
முகம் சுழிக்கும் சில மானிடர்கள்!!

தேன்மொழி

செயலின் வீரம்

விழுகின்ற அடிகள் எல்லாம்
வலியாகவே தோன்றுகின்றன
வழியாக மாறும் வரை!
உதைக்கின்ற உதைகள் எல்லாம்
மின்வெட்டாகவே தோன்றுகின்றன
மின்னலாய் மாறும் வரை!
படுகின்ற வேதனைகள் எல்லாம்
புண்களாகவே தோன்றுகின்றன
புகழாக மாறும் வரை!
கேட்ட சொற்கள் அனைத்தும்
சுடத்தான் செய்கின்றன
சுறுசுறுப்பாக உருமாறும் வரை!
கற்கள் கரடும் முரடாகவே
வெளிப்படையாக தெரிகின்றன
ஈரம் புரியும் வரை!
ஒவ்வொரு மனிதனுக்கும் நம் சொல்
ஒப்பாரியாகவே தெரியும்
ஒப்பிட முடியாத நபராக
நாம் மாறும் வரை!!
வீழ்வோம்,எழுவோம் !!
வருவோம், வாழ்வோம் !!!!

பிரமுஅம்மாள்

தனித்துணை

தனிமையை மறந்தேன் உன் நினைவுகளால்

கொடுமையே வாழ்க்கை காதல் பாடுகளால்

கை கொடுக்க யாருமில்லை வாடினால்

கை பிடித்து செல்ல என்னை அணுகினாலள்

அப்போது காதல் என்ற கனல்

பறக்க தீயினால்

இப்போது தத்தளித்துக் கிடக்கிறேன்

கண்ணீரினால்

கரை ஒதுங்குவேன் கண்டிப்பாக

காதலின் ஆழம் அறிய

கடலில் ஆழம் சிறிது

எனக்கென்று இருந்தாள் அவள்

எனக்கென்ன வென்று பார்த்தால் பாவிமவள்

கண்களை மூடிக்கொண்டு உன் கரங்களை பிடித்துக்கொண்டு

உன் நினைவுகளை

நெஞ்சில் கொண்டு

என் தனிமையில் துணையாக்கிக்கொண்டு வாழ்கின்றேன்

வசந்தமாக.

இதை உணர்ந்தேன் கவிஞராக !!

ஆகாஷ் அலெக்ஸ்

தனிமை

தனிமை இது ஒரு நிலமை அதை கடக்க

தேவை மனவலிமை

அதற்கு நாம் காக்க வேண்டும் பொறுமை

இதை செய்வது நமது கடமை

இதனால் நம் வீட்டிற்கும், நாட்டிற்கும்

உலகிற்கு நன்மை

இல்லை இனி ஒரு வேற்றுமை

இதனால் அழியும் நம்மை பிடித்த தீமை

இத்தனிமையை ஆக்குவோம் செம்மை

அதனால் நாட்டிற்கு வளமை

இத்தனிமை உணர்த்துவது ஒன்றே அதுவே இருமை

ஒன்று ஆண்மை மற்றொன்று பெண்மை

அதை அறிந்தவர் என்றும் மேன்மை

அந்த இருமையை இணைப்பது ஒற்றுமை

அதை ஏற்பவர் மாட்சிமை

ஒன்றாக அகற்றுவோம் இத்தனிமை எனும் நிலமையை

அதனால் நம் வாழ்க்கை அடையும் செழிமை.

ரா. சீனிவாசன்

தனிமைக் காதலன்

பல உறவுகள் இன்றியும் தவிக்கின்றேன்

உன் உறவினை ஏந்தி...

அன்று...

காகிதத்தில் எழுதிய வார்த்தைகளப் போல

சேர்ந்து இருப்போம் என்று நினைத்திருந்தேன்

ஆனால் நீயோ அந்த காகிதம் போல

எனை கிழித்தெறிந்து விட்டாய்...

இருந்தும்...

உன்னை மறக்க மனம் மறுக்கிறது...

நீ இல்லாத போதிலும்

உன்தன் பிரிவு எனக்கு தனிமையை

அழகாக. கற்று தருகிறது...

முடிவில் ...

என் காதலுக்கு கிடைத்த பரிசு தனிமையே....

என் இனிய தனிமயே..

இப்படிக்கு உன் நினைவுடன் தனிமை காதலன்..

சசி பாலன்

தாயின் மனக்குமுறல்

பத்து திங்கள் சுமந்தவளையும்
தலைதூக்கும் வரை உன்னை
தோளில் சுமந்தவனையும்
விட்டு சென்றது ஏனோ...
வந்தவளை குறை கூறவில்லை நான்....
ஏனோ சிலரின் சொல்கேட்டு - நான்

கோபிக்க உன்னவளின்
கண்களில் கண்ட நீரை தாங்காத நீ
ஏனோ விட்டுச் சென்றாய்
முதியோர் இல்லத்தில்...
யோசித்துப் பார் இந்த நிலை நாளை
உனக்கும் வரலாம்...
வேண்டாம் மகனே இந்த அவலம்
பெற்ற பிள்ளையை விட்டு
தவித்து நிற்கும் தாயின் மனக்குமுறல்
நான் அறியேனடா...
இளமையில் உன்னை கை தாங்கியவர்களை
முதுமையில் குழந்தையாக காக்க
நீ ஒரு முன்னோடியாக இரு...
முதுமையில் வேண்டாம் முதியோர் இல்லம்...

அகிலா சதீஷ்குமார்

தேடல்

படித்துக்கொண்டே இருந்தேன்

ஒரு வேலைக்காக..

தேடி அலைந்தேன்

கிடைக்கவில்லை...

அலைந்த பாதங்கள்

சிவந்தே போனது

விரல்களும் கண்ணீர் சிந்தியது

சிவந்த நிறத்தில் உடல் மெலிந்து

இருண்டு போன என் கண்கள்

மீண்டும் ஒரு தேடலை துவங்கியது

ஒருவேளை பசியாற

கல்வி இருந்தும்

வேலை இல்லா மனிதனாக

தேடல் மிகுந்த உலகில்

தேடிக்கொண்டு இருக்கிறது

தொலைத்த என் வாலிபத்தை...

அருள் கிங்ஸ்லி ராபர்ட்

தேடல்

உன் அழகை விவரிக்க

விஞ்ஞானம் கூட விருப்பப்படும்

அரைகுறை மனிதன் நான்

உன் அழகை விவரிக்க நான் எடுத்த

முயற்சியின் பரிசு நம் காதல்

ஆனால், அது தொடங்கும் முன் முற்றுபெற்றது.!

என் நிஜமாய் நீ இருப்பாயென

கனவில் கூட உன்னை காதல் செய்தேன்

ஆனால், அது கனவில் மட்டும்தான் என கூறி

நிஜத்தில் என்னை மறந்தும் மறவாமல்

நீ என்னை பிரிந்து சென்றாய்..!!

நம் காதல் பிரிந்ததையும்

நீ என்னை மறந்ததையும் மறந்து

உன்னுள் என்னை தேடினேன்

அத்தேடலின் போது தோன்றிய

ஏக்கத்தில் எழுதிய 'கவிதை'

"உன் இதழோரம் உள்ள மச்சம்

என்னை பார்த்து சிரிக்கிறது

இனி அவள் இதழை உன்னால்

ருசிக்க இயலாது என கூறி"

-த. தினேஷ்குமார்

தேவதைகள் விரும்பிடும் தேவதை

தேவதைகளுக்கான இயல்பினின்று மாறுபட்டதான

ஒரு தேவதை அவள்..!!

அன்புச் செய்யத் தெரியாது அவளுக்கு

ஆனால் அவஸ்தைகளில் நீங்காமல் அருகிலிருப்பாள்...!!

காதல் செய்யத் தெரியாது அவளுக்கு

ஆனால் கருத்தாய்க் கண்ணில் வைத்துக் காத்திடுவாள்...!!

கனிவாய்ப் பேசத் தெரியாது அவளுக்கு

ஆனால் கருவாய் மனதில் சுமந்திடுவாள்...!!

உணர்வுகளை வெளிக்காட்டிடத் தெரியாது அவளுக்கு

ஆனால் உணவுகளை விதவிதமாய் சமைத்தருளுவாள்...!!

ஏமாற்றத் தெரியாது அவளுக்கு

ஆனால் ஏற்றங்களுக்காய் மனதுருகி வேண்டிடுவாள்...!!

கொஞ்சிடத் தெரியாது அவளுக்கு

ஆனால் தவறிழைத்தால் குழந்தையாய்க் கெஞ்சிடுவாள்...!!

பூசி மெழுகிடாது பச்சை அன்பு செய்வாள்..!!

பாசத்தின் இலக்கணங்களை தனக்காய் திருத்திக் கொள்வாள்...!!

தேவதைகள் விரும்பிடும் தேவதையவள்...!!

-சந்தீப் குமார்

தோற்றுதான் போயேன்

தோல்வி யென்ன

தொட்டால் தொடரும் தொழு நோயா?

துன்பப் பட்டு தூரஞ் செல்ல

அது வொன்றும் அவ்வளவு மோசம் அல்லவே

முத்துக் குளிக்கையில் வெற்று சிப்பியும்

செதுக்கிய சிற்பத்தில் சிந்திய வண்ணமும்

சில்லிடத் தானே வைக்கின்றது

காரியுமிழவா செய்கின்றன

கரியமிழத்தை காற்று மண்டலம்

காரும் வேனிலும் காலத்துக் கழகன்றோ

தீட்டிய திட்டமெல்லாம் தீக்கிரை யாகட்டும்

சிந்திய வியர்வையெல்லாம் வீணாகவே காயட்டும்

தொட்டணைத்த முயற்சிகளனைத்தும்

தோற்றே போகட்டும் கொண்டாட முடியவில்லை

என்றாலும் பரவாயில்லை

கலங்கிப் போகாமலிறேன்

சில சமயம் வெற்றியிலும் தோல்வியே சிறந்தது

ஆதலால் தோற்று தான் போயேன்.....

-சிபி மூர்த்தி

நட்பு

பண்ணாத சேட்டைகள் இல்ல...

வீட்டில் திட்டாதோர் யாரும் இல்ல....

அன்புக்கு இங்க பஞ்சம் இல்ல....

தட்டிக் கேக்க யாரும் இல்ல.....

பத்து பேரும் ஒரே தட்டில்......

நாங்கள் வாழ மாட்டேன்

ஒரே எல்லைக் கோட்டில்.....

எங்களை சீண்டினால்

பல்லு உடைந்திடும்

ஒரே குத்தில்.....

படிப்பு என்னும் பெயரில் அரட்டை ....

ஒளிவு மறைவு இல்லா பேச்சு....

இந்த வாழ்க்கை அன்றோடு போச்சு...

இன்று,

தொலைப்பேசியில் நலம் விசாரணை......

வீடியோ அழைப்பு.....

மூழ்கிவிட்டனர்,

தொலைப்பேசி என்னும்

கடலில்........

-மூ. மம்தா

நம்பிக்கை

உயிரற்ற மனிதம் கண்டு

உடைந்து போகயிலே

தவறுகள் தந்த துக்கத்திலே

துவண்டு போகயிலே

வீழ்ச்சிகள் தந்த வலியிலே

விதியத்து போகயிலே

மனமிலந்த நிலையில்

என்னையே இழக்கயிலே

வித்தகனாய் தோன்றியவன் அவனே

விதைநெல்லாய் விளைந்தவனும் அவனே

பாகுபாடு அவனுக்கில்லை

பாரெங்கும் பரந்திருப்பான்

என்னுள்ளும் புகுந்துவிட்டான்

எரிவிளக்காய் நான் மாற

உந்துசக்தி தான் அவன்

உயிருக்கே ஊட்டமளிப்பவன்

-காவியா

நான் இரசித்த தேடல்கள்

நாள்தோறும் நெஞ்சதில் தோன்றிடும் உணர்வுகளைக்

கொண்ட என் தேடலே காலம் தந்த என் முதல் கானம்.

தூரத்தில் நான் ரசிக்கும் நிலவும்

தாழப் பறக்கும் மேகமும் தான்

என் ஏக்கங்களை புரிந்து கொள்கிறது.

வீதி ஓர மரங்கள் எல்லாம் பூக்களை

என்னிடம் தூது அனுப்பி புது கவி படைக்கும்

என் காதருகில்.

சிவந்த வானம் கூட தூரத்தில் என்னுடன்

காதல் கொள்ள கடற்கரை அருகே

காத்திருக்கும் அழகு தனிதான்.

கார்மேகம் தந்த மழைத்துளிகள் கூட மனமெல்லாம்

நனைத்து இங்கேயே தங்கிட எதிர்ப்பார்க்கும்.

இப்படி இருக்க காலம் தந்த மாதங்களையும்

வருடங்களையும் தான் மறந்திருக்கிறேன்.

இன்னும் இவற்றையெல்லாம் ரசிக்கத்தான்

மறக்கவில்லை.

உணர்வுகளுடன் கலந்த இந்த கானங்களே

அந்த காலம் தந்த கானங்கள்.....

-ஏ. சாலமோன்

நிசப்தமான நித்திரை

நித்திரையே நித்திரையே
நிதமும் நீ வருகிறாய்!
நிறைவேறாத ஆசைகளை சுமந்து கொண்டு
நித்தமும் களைப்பைப் போக்க
நிதானமாய் கற்பனையை வளர்க்க
நிம்மதியாய் உடல் நலத்தை காக்க
நிகராய் எல்லோரும் அமைதி கொண்டு
நிச்சயமாய் அசதி மறைத்து
நிலவின் அழகை உணர்த்தி
நிராகரிப்புகளை யோசிக்க வைத்து
நிராசைகளோடு மல்லுக்கட்டி
நியாயமான ஆசைகளை புதைத்து
நிகழ்காலத்தை வேதனையாக கடந்து
நியாபகமாய் மரணத்தை தொட்டு
நிரந்தரமாய் ஒரு நித்திரை!!!

-ஸ்ரீநிதி

நிர்வாணம்

எனக்கு உரியவர்களிடம் நான் கொண்டுள்ள
அளவற்ற அன்பின் மிகுதியால் உண்டான
என் நம்பிக்கை அசைக்கப்படும் தருணங்களில்....
சிறுக சிறுக கவனமாய் எனக்குள் கோட்டைக்கட்டி
அழகு பார்த்த என் கனவுகள்
சிதைக்கப்படும் தருணங்களில்....
அணுவாய் தோன்றி கருவாய் உருமாறி
உதிக்காமலே இறந்து போகும் சிசுவைப்போல
என்னுள் உரு பெறாமல் என் ஆசைகள்
இறந்துபோகும் தருணங்களிலெல்லாம்....
நான் பட்ட அத்தனை அவமானங்களையும்
சிறு புன்னகையுடன் கடந்து
அடைக்கப்பட்ட கதவிற்கு பின் கண்ணீரோடு
கடந்த இரவுகளிலெல்லாம்....
என் சரீரத்தின் தோல் முழுவதும் உரிக்கப்பட்டு
என்னில் உள்ள சதைகளும் எலும்புகளும்
கூறுப்போட்டு விற்கப்பட்டு
இருள் மட்டுமே குடிக்கொண்ட கண்ணாடி ஜாடியில்
அடைக்கப்பட்ட பிண்டமாய்
நான் நிர்வாணம் ஆக்கப்படுகிறேன்....

-இராஜ லெட்சுமி

நெசவு

பூவியினில் பூத்தெடுத்து

பருத்தி பூவாய் பறித்தெடுத்து

வெண்ணிற நூலாய்

ஆலையில் பிணைய

சலவையில் மூழ்கி வண்ண

சாயங்களோடு இணைய,

இளவேனில் வெப்பம் இடைவிடாது படர,

ஒரே நூலாய் இடைவெளியில் தொடர்கிறாள்....

நூற்பவர்கள் குவளையில் இழைக்க;

நூற்பாவாய் உருளையில் வடிக்க;

ஊடை நூலாய் தாரினில் ஏற்ற...

தாரெற்ற நாடா இருமுனை பாய...

தடதடவென இன்னிசை மொழிய...

ஏர் பிடிக்கும் கைகளை போல்

எம் நூல் நெய்க்கும் கைகளும் உரைக்கும்

எம் நூற் தொழிலின் மகத்துவத்தை...

-செந்தமிழ் மைந்தன்

புத்தனுக்குக் காதல்

புத்தனுக்கு காதல் வந்ததோ

இவள் நடை பார்த்து!

சித்தனுக்கு மோகம் வந்ததோ

இவள் இடை பார்த்து..

மஞ்சள் வானமோ – இவள் நீராடிய நீரோ !

தொட்டு வைத்த இரத்த நிலவோ

அவள் நெற்றி பொட்டு..

காமனோ கரும்பினை முறிக்க

சிறு வண்டுகளோ தேனை ருசிக்க

அவள் உதட்டில் எறும்பு கடிக்க

என் ரத்தமோ நித்தம் கொதிக்க..

முதம்மொன்று கொடுக்கையில்

வெக்கப்பட்டு சிலிக்கிறாயோ !

சாமமொன்று வருகையில்

சாமந்திப்பூ மனக்குதடி...

புதிய விடியல் நாமும் தேட

புதுப்பாடல் கேக்குதடி..

குயில் கூட இங்கே

கூச்சப்பட்டு ஒளியுதடி !!

-மணிகண்டன்

பூந்தளிர்

முதல் பார்வையில் காதலில் வீழ்வதையே நம்பாதவள்

உன்னை பார்க்கும் முன்பே காதலில் விழ்கிறேன்,

என் மனம் முழுவதும் உன் ஜனனத்தின் தேதி

என் இதயக் கடிகாரத்தில் நொடிகளாய்

உன் உயிர் துடிப்பு

அகிலத்திற்கு உன்னை அறிமுகப்படுத்த

அவ்வளவு ஆசை.

உன் நாவில் ஊறும் அமிர்தத்தில் நனைய ஆசை

உன் நயனம் காண இந்நங்கைக்குக் கொள்ளை ஆசை

தத்தித் தவழ்ந்து செல்லும் உன் உருவம்

காண ஆசை

கண்மை கொண்டு உன் ஐயை அதிகரிக்க ஆசை

உன் புன்னகையை கவிகளாக்கி அதை ரசிக்க ஆசை

சிப்பிக்குள் முத்தாய் உனை என்னுள் காக்க ஆசை

அவ்வானில் உனை ஒளிரும் மதியாக்க ஆசை

அருகில் விண்மீனாய் இருந்து உனைக்

காக்க ஆசை

வயிற்றில் உன்னையும் மனத்தில் இவ்வாசைகளையும்

சேர்த்தே சுமக்கிறேன்

சுமைகளாக அன்றி சுகங்களாக............!

-நிலா

பெண்ணியம்

புதுமைப்பெண்ணெ!!

உன் புதுமை உடைக்காக

இப்புனைப் பெயர்

உனக்கு வரவில்லை,

பாரை மாறுபட்ட

கோணத்தில் பார்த்து

அதை பல வெற்றிச்

சிலைகள் வடித்து

உன் முன்னோர் அளித்தப் பரிசு!

பொய்யான! பெண்ணியலில்

சிக்கிவிடாதே

அது மரணத்தின்

வலியை விட

கொடியது,

பெண்ணியம்

ஒரு பால் நிலை

அடையாளம் அல்ல

அது சமத்துவத்தின் அடையாளம்

எனக் காட்டு.

-கவீன் பிரகதீஸ்வரன்

பெண்மை

பெண்மை என்பது பெண்களிடம்

உள்ள ஒரு அற்புத சக்தி.

அந்த ஆதியும் அவளே.

அண்ட சராசரமும் அவளே!

கருணையில் தேவதையும் அவளே.

கோபத்தில் காளியும் அவளே!

எல்லை இல்லா ஆற்றலும் அவளே.

எல்லை மீறினால் சுட்டெறிக்கும் கனலும் அவளே!

அன்பு எனும் அகராதியை உருவாக்கியவளும் அவளே.

அணு எனும் உயிரை இயக்குபவளும் அவளே!

நம்மை பிள்ளையாக பெற்றவளும் அவளே.

நம் பிள்ளையை பெறுபவளும் அவளே!

அரவணைக்கும் தாயும் அவளே.

அன்பு வைக்கும் தங்கையும் அவளே!

தோள் கொடுக்கும் தோழியும் அவளே.

தோல் உரிக்கும் ஆசானும் அவளே!

சுயமரியாதையை சுவாசமாய் கொண்டவளும் அவளே.

துணிச்சலுடன் போராடுபவளும் அவளே!

பெண்மையை போற்றுவோம்.

பெண்களை மதிப்போம்..

—ஈ. த. வினோத் குமார்

ம(னி)தம்

மதங்கள் எல்லாம் ஒன்றல்ல வேறு

மனித குலத்தின் வேரு – கண்ணனவன்

கீதை இசைத்தான்- இயேசு பாலன்

பைபிள் மொழிந்தான் – நபியாரோ

குரான் ஈந்தார் - அவையெல்லாம்

மொழியால் வேறு மொழியும் பொருள் ஒன்று

அவை குலத்தால் வேறு மனிதகுலத்தின் வேரு

மனிதா நீ மதம் கொண்டாய் – மனிதா!!!

உயிர் பறிக்க நீ மதம் கொண்ட

யானை அல்ல- கல்விக்கண் கற்ற

மாமேதை மதம் - மனதின் மயக்கம்

போக்கும் மனிதகுலத்தின் கலக்கம் போக்கும்

மனிதா மதம் வேறு மனிதம் ஒன்று

சமயம் வேறு அன்பு ஒன்று

மனதில் விதை மனிதத்தை

மதம் எல்லாம் ஒன்றல்ல வேறு

மனித குலத்தின் ஆணிவேரு.

-மகேஷ்வரி

மங்கையின் வலிகள் கொழது

மாதத்தில் மூன்று நாட்கள்

மங்கை அவளின் வலிகள் கொடியது......

உயிர் போகும் வலியை

உணர்த்தி போகும்....

நாட்கள் அது

உதிரம் பார்த்து

உறக்கம் தொலைப்பாள்....

பாய் அது நனைந்து விடுமோ

என்ற பயத்தில்,

பாதி தூக்கத்தில் கண் விழிப்பாள்....

அடேய் எச்சைகலா

இச்சை சுகத்திற்காக அலையும் நீ

பெண்ணின் வலியறிய மறுக்கிறாயே ஏனடா?

அந்த மூன்று நாட்கள் மட்டும்

தீட்டு என ஒதுக்கும் நீ...

பத்து மாத தீட்டை ஒன்று சேர்த்து பிறந்த

நீயும் தீட்டு தானடா..

அந்த நாட்களில் அவளுக்கு சேய் ஆகு

அவளை பேணி காத்து தாயாகு...

-மூ. பிரகாஷ்

மனதின் மொழி

விழிகளை எழுதுகோலாக்கி! இதயத்தை காகிதமாக்கி!

எண்ணங்களை எழுதுக்களாகி! வார்த்தைகளை மொழியாக்கி!

வார்த்தெடுத்த சிற்பம்! என் மனதின் மொழி......

மௌனம் மட்டுமே! மனதின் மொழி

என்று ஆயின்

புன்னகைக்கும்! கண்ணீருக்கும்!

பூமியில் என்ன வேளை? - தனிமையில்!

கொஞ்சம் உறவாடுங்கள், செவிமடுத்து பாருங்கள்,

அங்கே கேட்கும், ஆழ்மனதின் மொழி.

அதுவே! அன்பின் மொழி........

மனதின் மொழி!

அது மழலையின் மொழி. - திக்கும்,

திணறும், தடுமாறும், ஆனாலும்!!

கேட்பதற்கு மட்டும், சலிப்பே இல்லை......

மனதின் மொழியை கற்றிடவே ,

நானும் நினைக்கிறேன் - ஏனோ?

இன்று வரை, அது வசப்படுவதேயில்லை....

என் மனம்! என்னை விட்டு,

அவனிடம் சென்றதால்.......

-கோமதி காசிலிங்கம்

மனதின் வெற்றி

ஆயிரம் தோல்வி ஆயிரம் வேள்வி

ஆயினும் மாறா அயரா உழைப்பு...

மாற்றிடும் உலகை

மாறா இயல்பை

விண்ணகம் தொட்டும்

வியப்பில் ஆழ்த்தும்

புள் பூண்டின் உள்ளும் செல்லும்

புரிதல் கொள்ளும்

தன் இயல்பை அறியா உள்ளம் அதுவே

தயக்கம் கொள்ளும்

தவழ துடிக்கும்

இயல்பை அறிந்த மனமோ அதுவே

இன்றே என்று வெல்லத்துடிக்கும்..

விழித்திடு மனிதா வெற்றிகொள்ள

வாழும் வாழ்க்கை வெறுமையள்ள..

வெற்றிடம் என்று எதுவும் இல்லை

வெற்றிகொள்வது உந்தன் கடமை..

-அரவிந்தன்

மழைத்துளி

துளி அவள் என்மேல் விழுந்தால்

துள்ளி எழும் ஆனந்தம்....

வீசும் வளியை சுவாசித்தால்

பூமாதேவியின் வாசம்...

அவள் கருமேகத்தால் உருவாகுவாள்

காற்றின் திசைவேகத்தால் நடனமாடுவாள்....

அள்ளிக் கொள்ள இயலவில்லை

கிள்ளிச் சென்றாள் தோல்மீது...

மயிர் நனைந்து உயிர் உறைந்து

புது உணர்ச்சியில் புத்துணர்ச்சி தருவாள்....

இவள் இலைமேல் விழும்போது

முத்தென்று எடுக்கச் சென்றால்

மண்ணுக்கள் மறைந்து விடுவாள்...

மண் நீர் மகரந்தைச் சேர்க்கை

மறுகும்போது மண்வாசம் மெறுகேரும்...

இவையாவும் ஆகாயத்

தாயின் வரம்...

-விக்னேஷ்.

மேழியர் போற்று

நாட்டின் முதுகெலும்பு என்பதால் தான்
உங்களை யாரும் திரும்பிப் பார்ப்பதில்லையோ?

நாங்கள் மறந்து விட்டோம்
நிமிர்ந்து நிற்க நீங்கள் தேவை என்பதை....

ஆனால் ஒருபோதும் மறக்க மாட்டோம்
உங்கள் உழைப்பில் உண்பதை

எங்கள் உயிரை வளர்த்தது உருகும்
உங்கள் வியர்வையில் துளிர்த்த விதை!

கூன் விழுந்த பின் உணர்வோம்
குனிந்தே இருக்கும் வலியை

அப்போது முற்றுப் பெரும்
உங்களின் சோகத் தொடர்கதை

-ச. ஸ்ரீராம்

Poetry World Org.